ஆணவம் அழித்த ஆணவள்

செழிலி

ISBN 979-888521347-9

பொருளடக்கம்

முன்னுரை							vii

நன்றி							ix

	1. ஆணவம் அழித்த ஆணவள்					1

முன்னுரை

சமீப காலமாக அதிகமாக கேள்விப்படும் செய்திகளில் ஒன்று பெண்களின் பாலியல் தொந்தரவு பற்றி தான். அத்தகைய செய்திகளை கேட்டு கொதித்த என் இதய குரலை வார்த்தைகளின் மூலம் வடித்து உருவாக்கிய கதை தான் "**ஆணவம் அழித்த ஆணவள்**". முற்றிலும் சமூகம் சார்ந்த கதை. பெண்ணின் போராட்டம் பற்றி கூறும் கதை. கதையின் முடிவு நிஜத்தில் நிகழுமா என்று தெரியவில்லை. ஆனால் அவ்வாறு நிகழ்ந்தால் தான் நிம்மதி கிடைக்கும் என்பதனால் நிஜத்தில் நிகழ வேண்டும் என்ற ஆசையுடன் எழுதிய கதை. தலைப்பு சற்று குழப்பும் விதமாக இருந்தாலும் முழு கதையையும் படித்த பிறகு உங்களுக்கு தலைப்பிற்கான அர்த்தமும் முகப்புப்படத்தில் ஒளிந்துள்ள அர்த்தமும் விளங்கும். வாருங்கள் கதைக்குள் போகலாம்.

நன்றி

என்னை ஊக்குவித்த
என் குடும்பத்தார்கள்,
நண்பர்கள், நலன் விரும்பிகள்
மற்றும் அன்பு வாசகர்கள்
அனைவருக்கும்
என் மனமார்ந்த நன்றிகள்.

1

ஆணவம் அழித்த ஆணவள்

இரவு பதினொன்றரை மணி. ஆளில்லாத சாலை. அடைமழை அடித்து ஊற்றிக்கொண்டிருந்தது. அனைத்து வீடுகளிலும் விளக்குகள் அணைக்கப்பட்டு இருக்க தூரத்தில் இருந்த பெண்கள் விடுதியின் ஒரு அறையில் மட்டும் விளக்குகள் எரிந்தன. அவ்வறைக்குள் நான்கு பெண்கள் இருந்தனர். மூவர் கட்டிலில் படுத்தபடி தங்களுக்குள் பேசி சிரித்து அங்கலாய்த்து கொண்டிருக்க ஒருத்தி மட்டும் ஜன்னலோரமாய் நின்று மழையை வெறித்து கொண்டிருந்தாள். அவளைக் கண்ட மற்ற மூவரில் ஒருத்தி,

"ஹே மனு.. என்ன டி.. நாங்க எல்லாம் ஜாலியா பேசி சிரிச்சுட்டு இருக்கோம்.. நீ அப்டி என்ன யோசனை.." என கேட்க மற்றொருத்-தியோ,

"ஹே நீ வேற அவ யாரு.. ஜெர்னலிஸ்ட் ஆச்சே.. நாடே அவ கைல தான் இருக்கு.. அப்றம் எப்படி அவளால ஜாலியா சிரிக்க முடி-யும்.. அப்படி தான மனு.." என கேட்டுவிட்டு ஏளனமாக சிரிக்க மூன்-றாம் ஒருத்தியே,

"அட போடி.. அவளுக்கு வாழ்க்கையை வாழ தெரில.. யாரும் பங்கு கேட்டு வராதபடி போதும் னு சொல்ற அளவுக்கு சொத்து அவ பேருல இருக்கு.. அதையெல்லாம் அனுபவிச்சு ஷாப்பிங் சோசியல் மீடியா னு ஜாலியா வாழ்க்கையை வாழாம ஜெர்னலிஸ்ட் ங்குற பேருல ஆபத்தான

வேலை செஞ்சு அவ வாழ்க்கைல அவளே மண்ணை அள்ளி போட்-டுக்குறா.. இதுல காமெடி என்னனா அம்மையார் வெறும் ஜெர்னலிஸ்ட் தான் ஆனா ஏதோ சிஐடி ரேஞ்சுக்கு யோசிப்பாங்க.." என்று கூறி நக்-கலாக சிரித்தாள்.

இதையெல்லாம் காதில் வாங்கிய மனுவிற்கு விரக்தி புன்னகை மட்-டுமே வந்தது. இவளின் விரக்தி புன்னகைக்கு காரணம் என்னவோ..? யார் இவள்..?

∾

பெயர் மணிகர்ணிகா. வயது 23. தன் பதினாறாம் வயதிலேயே பெற்றோரை இழந்த இவளுக்கு துணையாக இருந்தது அவளது பதி-னான்கு வயது தங்கை தேவிகா மற்றும் நண்பன் சத்யனின் குடும்பம் தான். சத்யனின் தந்தையும் மனுவின் தந்தையும் தோழர்கள். ஆதலால் அவர்களது தோழமை அடுத்த வாரிசான இவர்களுக்குள்ளும் சிறுவயது முதலே வளர்ந்துவிட்டது எனலாம். பள்ளி படிப்பை முடித்த சத்யன் தன் கனவான மருத்துவ படிப்பை மேற்கொள்ள குடும்பத்துடன் வெளிநாடு சென்றுவிட அன்றிலிருந்து தன் தங்கையுடன் தனிமையில் வசித்துவந்-தாள். அவ்வப்பொழுது சத்யன் கால் செய்து இவளை அக்கறையாக விசாரிக்கவும் தவறவில்லை.

தன் தங்கையைத் தன் ஊருக்கு அருகில் இருக்கும் நகரத்தில் பள்-ளியில் சேர்த்து விடுதியில் கவனமாக தங்கும்படி அறிவுரை கூறிவிட்டு தனது கல்லூரி படிப்பிற்கான தேடலில் இறங்கினாள். சொத்துக்கு பஞ்ச-மில்லாத அவ்வீட்டில் சமையல்கார பெண்மணியின் துணையுடன் இருந்-தாள்.

ஒருநாள் தொலைக்காட்சி பார்த்து கொண்டிருந்த பொழுது அவளின் கண்ணில் பட்டது அந்த கொடூர செய்தி.

ஓடும் பேருந்தில் கதறிய இளம்பெண்.. மிருகம் போல
வேட்டையாடிய காழுகர்கள்..
இரக்கமின்றி தாக்கி கற்பழித்து ஆடைகளின்றி தூக்கி வீசப்பட்ட
கொடூரம்..
என்ற செய்தியைப் பார்த்த கணத்தில் கோபம் கொழுந்துவிட்டு எரிந்-தது மணிகர்ணிகாவிற்கு. சமையல் கார பெண்ணோ,

"படுபாவிங்க இரக்கமே இல்லாம இப்படி செஞ்சுருக்காங்க அவனுங்க எல்லாம் நல்லா இருப்பானுங்களா.. நாசமா போறவனுங்க.. இவனுங்கள எல்லாம் அடக்க அந்த கடவுள் தான் நேருல வரணும்" என தன் ஆதங்கத்தை அவர் கூறினார். அன்று அவனுள் துளிர்விட்-டது கோப கனல். ஆனால் அந்த கனல் இரண்டே நாட்களில் எரிம-லையாய் உருமாறியது தன் தங்கை பற்றிய செய்தியை கேட்ட கணத்-தில்.

அன்று மாதவிடாய் வலியைப் பொறுக்க முடியாமல் கதறிய தேவிகா விடுதி பாதுகாப்பாளரை அழைத்துக்கொண்டு மருத்துவமனை சென்று-விட்டு விடுதிக்கு வந்து கொண்டிருந்தனர். நேரம் இரவு பத்தை நெருங்-கியிருக்கும். ஏற்கனவே வயிற்று வலியில் துடித்தவள் நடக்க கூட திரா-ணியின்றி மெல்லமாக நடந்து வர வேகமாக ஒரு கார் இவர்களின் அருகில் வந்து நின்றது. இருவரும் திடுக்கிட்டு திரும்பி பார்க்க கண்க-ளாலேயே கற்பழித்து விடுபவன் போல் கொடூரமான பார்வையுடன் ஒரு-வன் இறங்கினான் காரிலிருந்து.

"ஹே யாரு நீங்க" என்று அந்த பெண்மணி கத்த போக அவளின் வாயை ஒருவன் அடைக்க, மற்றொருவன் தேவிகாவை இழுத்து சென்று காரில் அடைத்தான். ஏற்கனவே வலியில் துடித்தவள் இரண்டு மூன்று முறை அவர்களிடம் இருந்து விடுபட முயல அவள் கன்னத்தில் விழுந்த ஒரு அறையில் மயங்கி சரிந்தாள். நடப்பதை பயந்தபடி பார்த்த பெண்-மணி அதிர்ச்சியில் உச்சக்கட்டத்தில் இருக்க அவளிடம் நெருங்கிய அந்த காமுகன்,

"இங்க பாரு.. நான் யாரும் னு தெரியும் ல.. மினிஸ்டர் பையன் ரோஹித்.." என்று அவன் கூற திமிறிய அப்பெண்,

"மினிஸ்டர் பையன்னா அதுக்காக உன் இஷ்டத்துக்கு என்ன நாளும் பண்ணுவியா.. ஒழுங்கா அந்த பொண்ண விட்டுரு.. சின்ன பொண்ணு.. " என்று குரல் நடுநடுங்க கூற அவனோ,

"ஓ அப்படியா.. சரி விடலனா என்ன பண்ணுவீங்க மேடம்" என்று நக்கலாக கேட்டான்.

"இப்போவே போலீஸ்ல போய் கம்ப்ளெயிண்ட் பண்றேன்.. நீ என்னை கொன்னா கூட பரவாயில்ல" என்றவள் இரண்டடி எடுத்து வைக்க அடுத்து அவன் கூறிய கூற்றில் ஸ்தம்பித்து நின்றது.

"உனக்கு ஒரு பையன் இருக்கான்ல.. பேரு வினோத்தா விஜய்யா.." என்று கூறிவிட்டு வில்லத்தனமாக பார்க்க வயது முதிர்ந்த அந்த பெண்மணிக்கோ சர்வமும் ஒடுங்கியது.

"ஹான்.. அந்த பயம் இருக்கட்டும்.. இப்போ நீ என்ன பண்ற.. ஸ்கூல்ல போய்.. ஹாஸ்ப்பிட்டல்ல இருந்து கூட்டிட்டு வந்துட்டு இருந்த இந்த பொண்ணு உன்னை கீழ தள்ளிவிட்டுட்டு எவன்கூடயோ ஓடிபோய்ட்டா னு சொல்லணும் சரியா.. இல்லனா உன் பையன்.." என்றுவிட்டு அவன் இழுக்க இவளோ பயத்தில் இடவலமாக தலையை அசைக்க அதை பார்த்து கோரமாக சிரித்தபடி காரில் ஏறி சென்றுவிட்டான் தேவிகாவுடன். மறுநாள் கற்பழிக்கப்பட்ட தேவிகாவின் உடல் ஆற்றங்கரையில் மிதக்க காவல்துறை அதனைக் கூராய்வுக்கு அனுப்பிருந்தனர். செய்தியறிந்து பதறியடித்து வந்த மணிகர்ணிகாவின் இதயம் சுக்குநூறாக கிழிந்தது. அவளைப் பற்றி வந்த புரளியை கேட்டவள்,

"இல்ல என் தங்கச்சி அப்படிப்பட்டவ இல்ல.. அவளை யாரோ ஏதோ பண்ணிருக்காங்க.. ப்ளீஸ் சார் என் தங்கச்சிக்கு நீதி வேணும்" என்று கதற காவல்துறையோ,

"இங்க பாரு மா.. உன் தங்கச்சி தற்கொலை தான் பண்ணிருக்கா.. போஸ்ட்மாட்டம் ரிப்போர்ட்ல கூட ரேப் பண்ண மாதிரியோ அவளை அடிச்ச மாதிரியோ எந்த டிடெயிலும் இல்ல" என்று கூறிக்கொண்டிருக்க சற்று தள்ளி நின்றிருந்த விடுதி பாதுகாப்பாளரான அந்த பெண்மணி அதிர்ச்சியாய் அவரை நோக்க அவரின் பேண்ட் பாக்கெட்டில் வைக்கப்பட்டிருந்த பணக்கட்டு அவளுக்கு உண்மை உரைத்தது.

இருந்தும் மனது கேட்காத அப்பெண்மணி மனுவைத் தனியே அழைத்து நடந்ததை கூறினார்.

"என்னை மன்னிச்சுருமா.. என் பையன் உசுரு ஊசலாடுது.. எனக்கும் மனசுல ஈரமிருக்கு.. ஆனா எதுவும் செய்ய முடியாத நிலைமைல நான் இருக்கேன். மனசு உருத்திக்கிட்டே இருந்துச்சு அதான் உங்கிட்ட உண்மையை சொன்னேன்.. அந்த படுபாவி மினிஸ்டர் பையனா இருக்குறதுனால நீ இதுக்குமேல என்ன செஞ்சாலும் அது உன் உசுருக்கு தான் தாயி ஆபத்தா முடியும்.. பாத்து சூதானமா இருந்துக்கோ" என்று கூறிவிட்டு அழுதபடி சென்றுவிட்டார்.

விஷயம் கேள்விப்பட்டு சத்யனின் குடும்பம் முழுதும் அவளுக்கு ஆறுதல் கூற இந்தியாவிற்கு வந்திருந்தனர். அவர்களும் பேச முயன்று

தோற்றனர். இரண்டு நாட்கள் தனி அறையில் அமர்ந்து கதறி அழு-தாள். நடந்த விஷயத்தை வெளியில் கூறுவதை விட அவனை நாமே பழிவாங்க வேண்டும் என்று எண்ணம் மேலோங்கியது.

"தேவி உன்னோட சாவுக்கு நிச்சயம் நீதி கிடைக்கும்" என்று காற்றில் கலந்திருந்த தன் தங்கையிடம் கூறியவள் தன் கண்ணீரைத் துடைத்து கொண்டு வெளியே வந்தாள். சத்யனோ,

"மனு உன் நிலைமை எனக்கு நல்ல புரியுது.. பேசாம நீயும் எங்கூட வெளிநாடு வந்துரு.. உனக்கும் கொஞ்சம் பெட்டரா இருக்கும்.. நடந்-தையே எவ்ளோ நாள் நெனச்சுட்டு இருக்க முடியும்" என்று ஆறுதல் கூற அவனுக்கு விரக்தி சிரிப்பைப் பதிலாக கொடுத்தவள்,

"ஐம் ஓகே சத்யா.. என்னை நான் கவனமா பாத்துப்பேன்.. ஏற்-கனவே காலேஜ் ல அப்பிளிக்கேஷன் போட்ருந்தேன்.. ரெண்டு நாள்ல ஜாயின் ஆகணும்.. நீ நிம்மதியா போயிட்டு வா" என்று அவனுக்கு ஆறுதல் கூறும்படி அவள் பேசவும் அவளின் தைரியத்தை எண்ணி வியந்தான். பிறகு அவள் சமாளித்துக்கொள்வாள் என்று நம்பிக்கைக் கொண்டவன் பலநூறு அறிவுரைகளை கூறிவிட்டு அவன் சென்றுவிட்-டான்.

ஏற்கனவே அன்று கற்பழிப்பு குறித்த செய்தியைப் பார்த்தவள் ஏதோ ஒரு உந்துதலின் பெயரில் Bachelor of Journalism and Mass Communication எனும் இளங்கலை படிப்பிற்கு அப்பிளிக்கேஷன் ஒன்றினைப் பதிவு செய்து வைத்திருந்தாள். இன்று தன் தங்கைக்கு நேர்ந்த இந்த கொடுமையைப் பார்த்தவள் முடிவு செய்துவிட்டாள். கண்-டிப்பாக தான் ஒரு பத்திரிக்கையாளராகி எந்த ரோஹித் இன்று தவறு செய்துவிட்டு சுந்தந்திரமாக சுற்றுகிறானோ அவனைப் பற்றிய உண்மை-யைச் சேகரித்து அவனுக்கு தக்க தண்டனை வாங்கி கொடுத்தே தீர-வேண்டும் என்று.

தீவிரமாக தன் இளங்கலை படிப்பைப் படிக்க ஆரம்பித்தாள் மணி-கர்ணிகா. படிப்புடன் இடையிடையே ரோஹித்தால் பாதிக்கப்பட்ட பெண்களின் பெற்றோர் உடன்பிறந்தோர் போன்ற பலரிடம் பேசியும் பார்த்தாள். ஆனால் அவர்களின் குடும்பத்திற்கு அவனால் ஏதும் பிரச்-சனை வந்துவிடும் என்றஞ்சியும் அவன் மேல் புகார் கொடுத்தாலும் அவனின் செல்வாக்கை பயன்படுத்தி அதையெல்லாம் அவன் தகர்த்து-விடுவான் என்று அஞ்சியதாலும் யாரும் முன்வரவில்லை. மூன்று வரு-

டங்கள் உருண்டோடியது. தன் இளங்கலை படிப்பையும் வெற்றிகரமாக முடித்த மணிகர்ணிகா பிரபல செய்தி நிறுவனம் ஒன்றில் பத்திரிகையா-ளராக பணியில் சேர்த்தாள்.

இரையை எதிர்பார்த்திருக்கும் கொக்கினைப் போல தன் கோபத்தீக்கு ரோஹித் என்று இரையாகுவான் என்று எதிர்பார்த்து காத்துக்கொண்டி-ருந்தாள் பெண்ணவள். மீண்டும் கற்பழிப்பு கொடூரம் அவ்வூரில். காரணம் ரோஹித் தான் என்று மனு அறிவாள். ஆனால் வெளியுலகைப் பொறுத்தமட்டில் அது தற்கொலை செய்தி. தொடர்ந்து இது போன்று செய்திகளை கேட்டு மனு மட்டுமல்லாமல் அவளின் மேல் பொறுப்பில் இருக்கும் அம்பிகா என்ற நாற்பது வயது பெண்மணியும் கொதித்து தான் இருந்தார்.

அன்று அலுவலக அறையில் அவர் கோபமாக அமர்ந்திருக்க அதனை கண்ட மனு அவரிடம்,

"மேம் என்னாச்சு.. ஏதோ டென்ஷனா இருக்கீங்களா" என்று விசா-ரிக்க,

"ஆமா மனு.. எல்லாம் இந்த கற்பழிப்பு கேஸ் கேள்விப்பட்டு தான்.. இதுக்கு ஒரு முடிவே இல்லாம போய்ட்டு இருக்கு.. என்னைக்கு விடிவு காலம் பிறக்குமோ.. எனக்கும் ஒரு பொண்ணு இருக்கா.. இந்த மாதிரி விஷயமெல்லாம் கேள்விப்பட்டு வயித்துல நெருப்பை கட்டிட்டு இருக்க வேண்டியதா இருக்கு.." என்று கூறிவிட்டு சென்றுவிட இனி காத்திருப்-பதில் பிரயோஜனமில்லை. காலம் செல்ல செல்ல தன் தங்கை போன்று பல உயிர்கள் பறிபோகும். உடனடியாக ஏதேனும் செய்தாக வேண்டும் என்று சிந்திக்க ஆரம்பித்தாள்.

அந்த சிந்தனையில் ஜன்னலை வெறித்தவளுக்கு தான் இன்று அவளின் தோழிகளிடம் இருந்து வாழ்க்கையை அனுபவிக்க தெரியா-தவள் என்ற பட்டம். இவர்கள் அவளின் விடுதி தோழிகள் மட்டுமே. அவள் தங்கை பற்றிய செய்தி எதுவும் இவர்களுக்கு தெரியாது. யாரிட-மும் சொல்லாமலே வைத்திருந்தாள் மனு. தோழிகளின் கூற்றில் விரக்தி புன்னகை சிந்தியவள் அவ்வாறே சிந்தித்தவாறு படுக்கையில் விழ சட்-டென மூன்றாவது தோழி கூறிய கூற்று மீண்டும் நினைவிற்கு வந்தது.

"அட போடி.. அவளுக்கு வாழ்க்கையை வாழ தெரில.. யாரும் பங்கு கேட்டு வராதபடி போதும் னு சொல்ற அளவுக்கு சொத்து அவ பேருல இருக்கு.. அதையெல்லாம் அனுபவிச்சு ஷாப்பிங் சோசியல் மீடியா னு

ஜாலியா வாழ்க்கையை வாழாம ஜெர்னலிஸ்ங்குற பேருல ஆபத்தான வேலை செஞ்சு அவ வாழ்க்கைல அவளே மண்ணை அள்ளி போட்-டுக்குறா.. இதுல காமெடி என்னனா அம்மையார் வெறும் ஜெர்னலிஸ்ட் தான் ஆனா ஏதோ சிஐடி ரேஞ்சுக்கு யோசிப்பாங்க.." என்ற கூற்றை மீண்டும் நினைவு படுத்தியவனுக்கு சட்டென ஓர் யோசனை தோன்றி-யது.

'எஸ்.. சோசியல் மீடியா தான் சரியான வழி' என்று நினைத்தவள் தன் தோழிகள் தூங்கிய பிறகு தனது மடிக்கணினி எடுத்து "காமோஹித்" என்ற பெயரில் ட்விட்டெர் கணக்கு ஒன்றினை உருவாக்கினாள் யாரும் தன்னை கண்டுகொள்ளாதபடிக்கு. காமுகன் ரோஹித் என்பதன் சுருக்-கமே அது. அதில் தான் இதுவரை ரோஹித்தை பற்றி திரட்டிய செய்தி-யெல்லாவற்றையும் பயன்படுத்தி க்ரைம் கதை போன்று எழுத ஆரம்பித்-தாள். அதிர்ஷ்டவசமாக ஆரம்பித்த மூன்று நாட்களிலேயே அவளின் இந்த முயற்சி மக்களிடையே பெரும் வரவேற்பை பெற்றது. அவளின் விடுதி தோழிகள் கூட ஆர்வமாக அதனைப் பற்றி விவாதித்து கொண்-டிருந்தனர்.

ஒவ்வொரு கற்பழிப்பு கொலை சம்பவங்களையும் சிறிது உவமை உருவகங்களுடனும் அதே சமயம் மிகவும் அழுத்தமாக மக்களின் மனதில் பதியும்படி இருந்தது அவளின் வார்த்தைகள். ஒரு வாரம் கடந்திருக்க ஊரெங்கும் பரபரப்பாக பேசப்பட்டு வரும் அவளின் கதை ரோஹித்தின் செவியை எட்டியது.

ரோஹித்தின் நெருங்கிய நண்பன் ஒருவன் இக்கதையைப் படித்து-விட்டு ரோஹித்திடம் எச்சரித்தான்.

"மச்சான்.. எனக்கென்னமோ இது உன்னை மையமா வச்சு எழுதுற கதை மாதிரி இருக்கு டா.. யாரோ உன்னை மாட்டிவிட பிளான் பண்றாங்கனு தோணுது.. ஜாக்கிரதையா இரு" என்று கூற தன்னால் பாதிக்கப்பட்ட குடும்பம் அனைத்தையும் நோட்டம் விட்டான் சந்தே-கிக்கும்படியாக எதையும் அவனால் கண்டுகொள்ள இயலவில்லை. தன் தந்தையின் செல்வாக்கின் உதவியோடு காமோஹித் ட்விட்டெர் கணக்கின் உரிமையாளர் யார் என்று விசாரிக்கும்படி கூற அவரோ,

"டேய் இங்க பாரு.. இந்த மாதிரி சோசியல் மீடியா யாரோட ஐபி அட்ரசும் கோர்ட் ஆர்டர் இல்லாம கொடுக்காது. இதை விசாரிக்க போய் நான் தான் அது னு சொல்லாம சொல்ற மாதிரி ஆயிடும்..

அதனால விடு சமாளிச்சுக்கலாம்.." என்று கூற வேறு வழியின்றி மறை-முகமாக தேடியபடி அமைதியாக இருந்தான். கடைசி அத்தியாயத்தை எழுதி முடித்தவள்,

'இக்கதை உண்மை சம்பவத்தை தழுவப்பட்டு எழுதப்பட்டது. இக்க-தையில் இடம்பெறும் காமுகனுக்கு இந்த சமூகத்தில் உண்மையாக ஒரு உருவம் இருக்கிறது. அது யாரென்று நாளை தெரிந்துவிடும்.. காத்தி-ருங்கள்.." என்று தன் கதையை முடித்திருந்தாள். முடிவுக்காக காத்தி-ருந்த மக்கள் மத்தியில் அதிர்ச்சியையும் விறுவிறுவிறுப்பையும் கொடுத்-திருந்தது அவளின் இந்த பதிவு.

'ஹப்பாடா மக்கள் எல்லாரும் கண்டிப்பா உண்மை தெரிஞ்ச அப்றம் அவனை சும்மா விட மாட்டாங்க.. டேய் ரோஹித் நாளைக்கு என்-னோட தங்கச்சிய நீ கொன்ன நாள் டா.. அதே நாள் தான் உனக்கும் கடைசி நாள்.. இதனால என் உயிரே போனா கூட கவலை பட மாட்-டேன்.. உன்னை காட்டிக்கொடுத்த நிம்மதி எனக்கு போதும்' என்று கண்மூடியவள் மகிழ்ச்சி களிப்பில் தன் மடிக்கணினியில் காமோஹித் அக்கௌன்ட்டிலிருந்து வெளியேற மறந்து அவ்வாறே மடிக்கணினியை வைத்துவிட்டு உறங்கிவிட தண்ணீர் குடிக்க உறக்கத்தில் இருந்து கண்-விழித்த அவளின் தோழி ஒருத்தி இவளின் மடிக்கணினி இயக்கத்தில் இருப்பதைப் பார்த்து அதனை எடுத்து பார்க்க அதனைக் கண்டு ஆச்-சர்யப்பட்டாள்.

'அடிப்பாவி.. நீ தான் இந்த கதை எழுதிட்டு வரியா.. இத்தனை நாள் கூட இருந்துட்டு இதை மறைச்சுட்ட பாத்தியா.. உன்னை காலைல கவனிச்சுக்குறேன்' என்று நினைத்துவிட்டு உறங்கிவிட்டாள். காலை எழுந்ததும் அவளிடம் கதையில் வரும் காமுகன் யார் என்று கேட்கலாம் என்று நினைத்து அவளை தேட அவளோ அறையில் இல்லை. இன்று சத்யன் அவளை சந்திக்க இந்தியாவிற்கு வந்திருக்க அவனிடம் பேச வெளியே சென்றுவிட்டாள். உண்மை தெரிந்த தோழியோ சாலையில் நடந்து சென்றபடி தன் மற்றொரு தோழியிடம் தனக்கு தெரிந்த உண்-மையை கூறிக்கொண்டிருந்தாள்.

"ஹே உனக்கு ஒரு விஷயம் தெரியுமா.. நம்ம மனு இருக்கா ல.. அவ தான் காமோஹித் கதையை எழுதிட்டு இருக்கா டி.. நேத்து அவ லேப்டாப் எடுத்து பார்த்தேன்" என்று கூற மற்றொருத்தியோ,

"என்ன டி சொல்ற என்னால நம்பவே முடியல.. நம்ம மணிகர்-
ணிகாவா" என்று கேட்டாள். இவ்வாறு இவர்கள் பேசிக்கொண்டிருக்க
சாலையில் நின்றிருந்த ரோஹித்தின் நண்பன் காதில் அவர்களின் கூற்று
விழுக உடனே செய்தி ரோஹித்தின் செவிகளை எட்டியது. ஏற்கனவே
இன்று இரவு தன்னை பற்றிய உண்மை தெரிந்துவிடுமோ என்ற பதற்-
றத்தில் இருந்தவனுக்கு இது பெரும் மகிழ்ச்சியை கொடுத்தது. உடனே
தன் அடியாட்களிடம் கூறி சத்யனிடம் பேசிவிட்டு வீடு திரும்பிய மணி-
கர்ணிகாவை தன் கட்டுக்குள் அடைத்தான் அந்த காமுகன்.

மயக்கத்தில் இருந்த மனு கண்விழிக்க இருட்டு அறையில் அடைக்-
கப்பட்டிருந்தாள். கதவு திறக்கப்பட கோர சிரிப்புடன் அவள் முன் வந்து
நின்றான் ரோஹித்.

"வாங்க மேடம்.. எப்படி எப்படி.. மறைமுகமா என்னை பத்தி எழு-
துறீங்களோ.. உன் தங்கச்சி மேல அம்புட்டு பாசமா இத்தனை வர்ஷம்
பக்காவா பிளான் போட்டு என்னை பிடிக்குறீங்களோ" என்று நக்கலாக
கேட்டவன் அவளருகில் வந்து அவள் முடியினைக் கொத்தாக பிடித்த-
வன்,

"ஏண்டி எவ்ளோ திமிரு இருந்தா இப்படியெல்லாம் நீ செய்வ..
இப்போ நீயும் என்னோட காமப்பசிக்கு இரையாக போற.. யாரு வந்து
உன்னைக் காப்பாத்துறாங்க னு நானும் பாக்குறேன்.. கொஞ்ச நேரத்-
துல நீ காலிடி" என்று வெறிநாயாக கத்தியவன் வேறு ஒரு முக்கிய
வேலையாக சென்றுவிட தனது கண்ணாடி வளையலின் உதவியோடு
தன் கைக்கட்டினை அவிழ்த்தவள் சுற்றும் முற்றும் தப்பிக்க ஏதேனும்
வழி இருக்கிறதா என்று தேட எதுவும் கிட்டவில்லை.

தன் ஆடையில் மறைத்து வைத்திருந்த தனது கைபேசியை எடுத்து
யாருக்காவது தொடர்பு கொள்ள முடிகிறதா என்று பார்த்தவள் சுத்தமாக
அங்கு சிக்னல் கிடைக்கவில்லை. அவளுக்கு தெரிந்துவிட்டது. இனி
தன்னால் தப்பிக்க இயலாது என்று. தன் மானத்தை அடமானம் வைத்-
தாவது இவனைக் காட்டிக்கொடுக்க வேண்டும் என்று நினைத்தவள்
அங்கிருக்கும் ஒரு சுவற்றின் இடுக்கில் அதனை வைத்து நடப்பதை
பதிவு செய்ய எண்ணினாள். தான் இறந்தபிறகு விசாரணை நடக்கும்.
அப்பொழுது போலீஸ் கண்களுக்கு இந்த வீடியோ கிடைக்கும் என்று
எண்ணி.

"நான் தான் காமோஹித் கதை எழுதிட்டு வந்தேன்.. அந்த கதை வேறு யாரு பத்தியும் கிடையாது.. மினிஸ்டர் பையன் ரோஹித் தான். அவன் தான் இதுவரை பல பெண்களை கற்பழிச்சு கொன்னுருக்கான் அதுல என் தங்கச்சியும் ஒருத்தி.. இப்போ உண்மை தெரிஞ்சு என்னைக் கடத்திட்டு வந்துட்டான்.. இனிமே என் உயிருக்கும் கற்புக்கும் உத்தரவாதம் இல்ல.. என் உயிரும் மானமும் போனாலும் பரவாயில்ல.. அந்த ரோஹித் தண்டிக்க படணும். அவனால பாதிக்கப்பட்ட பொண்ணுங்க எல்லாத்துக்கும் கண்டிப்பா நீதி கிடைக்கணும்.. தயவுசெஞ்சி அவனைக் கொல்லுங்க.. மரணத்தோட விளிம்புல நின்னுட்டு இருக்கேன்" என்று வீடியோ பதிவில் அழுதுகொண்டே மணிகர்ணிகா பேசிக் கொண்டிருக்க காலடி சத்தம் கேட்டது. அவன் வந்துவிட்டான். மீண்டும் அவன் கட்டிப்போட்ட அதே இடத்தில அமர்ந்தாள். அவன் காமப்பசிக்கு இரையாவதைக் காட்டிலும் மரணத்திற்கு இரையாகிவிடலாம் என்று நினைத்தவள் தன் கையை கண்ணாடி வளையல்களை கொண்டு அறுத்துக்கொண்டாள். அதிக ரத்தப்போக்கில் அவள் மயங்கி விழ அரை மயக்கத்தில் இருந்தவளை முடியை பிடித்து இழுத்து கீழே தள்ளிவிட்டான் அவன்.

"ஓ சாக துணிஞ்சிட்டியா.. அப்படியெல்லாம் உன்னை நிம்மதியா சாகவிடமாட்டேன்" என்று கூறியவன் கொடூரமாக அவளை கற்பழித்தான். நடக்கும் காட்சி அனைத்தும் வீடியோவில் பதிவாகிக்கொண்டிருந்தது.

"இனிமே என்ன டி உன்னால பண்ண முடியும்.. பொதுவா கற்பழிச்சுட்டு நானே தான் அவங்களை கொல்லுவேன்.. ஆனா நீ எனக்கு வேலை வைக்காம நீயே கையை அறுத்துகிட்ட.. உன்னால இப்போ அசைய கூட முடியாது.. அப்டியே நீ செத்துருவ.. செத்து தொலடி.. காலைல வந்து உன் பிணத்தை அள்ளிட்டு போறேன்" என்று கூறியவன் நினைத்ததை முடித்த களிப்பிலும் இனி அவளால எழுந்து ஓட முடியாது என்ற ஏளனத்திலும் கதவை அடைக்காமல் சென்றுவிட்டான்.

சாதாரண பெண்ணாக இருந்திருந்தால் இந்நேரம் இறந்திருப்பாள். ஆனால் மணிகர்ணிகாவின் மனதில் இருந்த உறுதியும் இனி மற்ற பெண்கள் இவனால் பாதிக்க பட கூடாது என்ற சமூக அக்கறையும் அவள் தங்கை மேல் அவள் வைத்திருந்த பாசமும் அவள் உயிரை பிடித்து வைத்திருந்தது என்று தான் கூற வேண்டும். மீண்டும் மீண்டும் எழ முடிந்து தோற்றவள் ஒருவழியாக எழுந்து கலைந்திருந்த தன்

ஆடையை வலியை பொறுத்துக்கொண்டு சரிசெய்து தான் மறைத்து-வைத்திருந்த அலைபேசியை எடுத்து அதிலிருக்கும் மெமரிகார்டை மட்டும் தனது செயின் டாலரில் ஒழித்து வைத்தவள் தப்பி செல்ல போராட உடல் ஒத்துழைக்காமல் மயங்கி சரிந்தாள்.

சரியான நேரத்தில் ஆபத்பாண்டவனாக அவளைக் காப்பாற்ற வந்தான் அவளின் நண்பன் சத்யன். ஜெர்னலிஸ்ட் பணி என்பது சற்று ஆபத்து நிறைந்தது என்று அறிந்த சத்யன் தனியாக இருக்கும் தன் தோழியின் நலன் கருதி அவளுக்கு பாதுகாப்பாக அவளின் பிறந்த-நாளிற்கு ஜிபிஎஸ் பொருத்தப்பட்ட பிரேசிலேட் ஒன்றினை அவளுக்கு பரிசாக அளித்திருந்தான் அவன். அதனைக் கழட்டவே கூடாது என்று ஆணையும் இட்டிருந்தான். அவளே இதுவரை அறியாத ஒன்று இது. வெகு நேரமாகியும் தோழியிடம் இருந்து எந்த அழைப்பும் வரவில்லை என்று சிந்தித்தவன் அவளின் விடுதிக்கு சென்று கேட்க அங்கும் அவள் வரவில்லை என்று கூற சந்தேகப்பட்டவன் ஜிபிஎஸ் பிரேசிலேட்டின் உதவியோடு கண்டுபிடித்துவிட்டான். அவனைக் கண்டு பெருமூச்சுவிட்-டவள்,

"சத்யா.. சத்யா.. என்னை காப்பாத்து.. காப்பாத்து" என்று கூறியபடி மயங்க,

"மனு.. என்னாச்சு டி.." என்று கதறியபடி அவளின் உடலினை ஆராய மருத்துவனான அவனுக்கு அவள் இருந்த கோலமும் அவள் சோர்வும் கையில் வடிந்த ரத்தமும் அவளின் நிலையை துல்லியமாக கூறியது. தன் கைக்குட்டையால் அவளின் காயத்தைக் கட்டியவன் தன் மேல் சட்டையை கழட்டி அவளுக்கு போர்த்திவிட்டு யாருமறியாவண்-ணம் அவளைக் காப்பாற்றி கொண்டு சென்றுவிட்டான்.

மறுநாள் மணிகர்ணிகாவை ஆற்றில் வீசியெறியும் பொருட்டு அவளை தேடி ரோஹித் அங்கு வர அவளைக் காணாமல் அதிர்ந்தான். எங்கு தேடியும் கிடைக்கவில்லை. பிறகு அவளைத் தேடி யாரேனும் புகார் கொடுத்துவிடுவார்களோ என்றஞ்சியவன் அவள் எடை உயரம் பொருந்திய ஒரு பெண்ணின் சடலத்தை வரவைத்து அதன் முகத்தை சிதைத்து அது மணிகர்ணிகா தான் என்று நம்ப வைக்கும் பொருட்டு அவள் ஆற்றில் விழுந்து தற்கொலை செய்தது போன்று ஜோடித்து பிரச்சனையை முடிக்க முயற்சி செய்தான்.

ஆனால் இவன் மணிகர்ணிகாவின் சடலத்தை போன்று ஜோடிக்கப்-பட்ட சடலம் கிடைத்த சமயத்தில் இணையத்தில் வைரலாக பரவியது மணிகர்ணிகாவை ரோஹித் கற்பழிக்கும் பதிவு. ஆனால் துரதிர்ஷ்டவ-சமாக அதில் ரோஹித்தின் முகம் தெளிவாக தெரியவில்லை. அதனால் மணிகர்ணிகாவிற்கு நேர்ந்த கொடுமைக்கு குற்றவாளி யார் என்று தேடும் பொருட்டு வழக்குகள் பதியப்பட்டது. ரோஹித் பெயர் வந்ததால் வழக்குகள் அவன் மேல் பதியப்பட்ட போதிலும்,

"அது என் மகன் அல்ல.. என் எதிரி யாரோ ஒருவர் இவ்வாறு ஜோடித்து உருவாக்கியுள்ளார்.. என் அரசியல் பதவியை அழிக்க செய்த சதி.. அப்பதிவில் என் மகனின் முருகம் தெரியவேயில்லை.. இதனை ஆதாரமாக எடுத்துக்கொண்டு என் மகனை தண்டிக்க இயலாது" என்று வாதாடவைத்து அவனை தண்டனையிலிருந்து விடுவித்து மீண்டும் சுதந்திரமாக்கிவிட்டான் ரோஹித்தின் தந்தை. மணிகர்ணிகாவின் கொலை வழக்கு நிலுவையிலேயே இருந்தது.

மக்களிடம் பிரபலமாக பேசப்பட்டு வந்த காமோஹித் கதை பற்றிய பரபரப்பும் நாளுக்குநாள் மறக்கப்பட்டது. மக்களுள் சிலருக்கு ரோஹித் தான் குற்றவாளி என்று சந்தேகம் வந்திருந்தாலும் அதனை நமக்கு எதுக்கு வம்பு என்ற ரீதியில் அவ்வாறே விட்டுவிட்டனர். மணிகர்ணி-காவின் இறப்பு செய்தியை அறிந்த அவளின் தோழிகள் எங்கே தங்-களுக்கும் ஆபத்து நேர்ந்துவிடுமோ என்ற பயத்தில் இதை பற்றி வாய் திறக்கவில்லை. என்ன இருந்தாலும் இது சுயநல உலகம் தானே. தன் தங்கைக்கு நேர்ந்த கொடுமை வேறு பெண்ணிற்கு நேர்ந்துவிட கூடாது என்று தன் உயிர் மற்றும் கற்பை பணயம் வைத்து செய்த செயல் இன்று அர்த்தமற்றதாக போய்விட்டது.

ஆனால் என்னதான் குற்றம் செய்து பணபலத்தினால் தப்பித்தாலும் நீதி தேவதையின் கைகளில் மாட்டித்தானே ஆகவேண்டும். அவன் செய்த கர்மத்தின் பலனை அவன் அனுபவித்து தானே ஆகவேண்டும்.. பலநாள் திருடன் ஒருநாள் அகப்படுவான் என்று நம் முன்னோர்கள் வாய்ச்சொல்லாக மட்டும் கூறவில்லை என்பதை உறுதி செய்யும் வித-மாக ரோஹித் அகப்படும் தருணமும் வந்தது.

෮

மூன்று வருடங்கள் கழித்து,

புதிதாக பணிக்கு வந்திருக்கும் 25 வயது சிஐடி ஆபிசர் கர்-
ணன்ரோஹித் பற்றிய தனிப்பட்ட விசாரணையில் இறங்கியிருந்தார்.
அவனைப் பற்றி வெளியான வீடியோ ஆதாரங்கள் காமோஹித் என்ற
பெயரில் வெளியான கதை இன்னும் அவன் மேல் இருந்த சில வழக்-
குகள் என்று அவனை பற்றி கேள்விப்பட்ட சில விஷயங்களை வைத்து
மனு எழுதிய காமோஹித் எனும் கதைக்கு பின்னணியில் மறைந்திருந்த
அந்த ரகசிய தலைப்பின் விரிவாக்கம் காமுகன் ரோஹித் என்று கணித்-
தவர் நம்பிக்கையுடன் அவனுக்கு எதிரான சாட்சி திரட்டும் பணியில்
நியமிக்கப்பட்டிருந்தார் கர்ணன்.

மணிகர்ணிகாவின் கொடுமைக்கு பிறகும் ரோஹித் அவனது கோரச்-
செயலை நிறுத்தாமல் சுதந்திரமாக சுற்றி திரிந்து தான் கொண்டிருந்தான்.
எல்லாம் ஒரு பெண் நம்மை என்ன செய்துவிட முடியும் என்ற ஏளன-
மும் தன் தந்தையின் செல்வாக்குக் கொடுத்த தைரியமும் தான் என்று
யூகித்த கர்ணன் தன் தேடலில் இறங்கினார்.

விஷயம் கேள்விப்பட்ட ரோஹித்தோ தன் தந்தையிடம் கேட்க
அவரோ,

"சிஐடிய நம்மளால எதிர்க்க முடியாது ரோஹித்.. அவங்க
கடமையை அவங்க பாக்கட்டும்.. எதுவா இருந்தாலும் சாட்சி இருந்த
தான் செல்லுபடியாகும்.. நமக்கு எதிரா சாட்சி சொல்ல எவனுக்கு
தைரியம் இருக்கு.. நீ நிம்மதியா இரு" என்று அவர் கூற,

"அது இல்ல பா.. ரெண்டு வர்ஷம் முன்னாடி அந்த மணிகர்ணிகா
வேற தப்பிச்சு எங்கேயோ போய்ட்டா.. ஒருவேளை அவ நமக்கு எதிரா
சாட்சி சொல்லிட்டா என்ன பண்ண" என்று பயந்து கேட்க,

"அவ உயிரோட இருக்காளா இல்லையானு கூட தெரியல.. நான்
நம்ம ஆளுங்கள வச்சு எல்லா இடத்துலயும் விசாரிச்சுட்டேன்.. அவ
வந்து சாட்சி சொல்ல எல்லாம் வாய்ப்பே இல்ல.. மறுபடியும் நான்
அவளை நம்ம ஆளுங்கள விட்டு தேட சொல்றேன்.. கிடைச்ச உடனே
போட்டு தள்ள சொல்றேன் சரியா" என்று கூற ரோஹித்தோ அப்பொ-
ழுது தான் நிம்மதி பெருமூச்சுவிட்டான்.

ஆனால் இங்கே ஒன்று பாதிக்கப்பட்ட பெண்கள் சாட்சி கூற
வேண்டும் இல்லையென்றால் அவர்களின் வீட்டிலிருந்து யாரேனும்
வழக்கு பதிய முன் வர வேண்டும். பாதிக்கப்பட்ட பெண்கள் உயிருடன்
இல்லை. பெண்ணின் குடும்பத்தினர் பயத்தில் சாட்சி கூற முன்வரவும்

இல்லை. இரண்டுமே இல்லை என்ற நிலையில் வேறு வழியின்றி கர்ணன் பொதுப்படையாக வழக்குகள் பதிய நீதிமன்றத்தையும் வந்தடைந்தது விசாரணை.

ரோஹித் தெனாவெட்டாக குற்றவாளி கூண்டில் நிற்க அவனிடம் கேள்விகள் கேட்க ஆரம்பித்தார் வக்கீல்.

"மிஸ்டர் ரோஹித் இங்க நடந்த பெண்கள் கொலைக்கு எல்லாத்துக்கும் நீங்க தான் காரணம் அதுவும் கற்பழிச்சு கொன்னுருக்கீங்கங்குற ரீதியில் சிஐடி ஆபீசர் மிஸ்டர் கர்ணன் உங்க மேல வழக்கு தொடுத்துருக்காங்க. நீங்க குற்றத்தை ஒத்துக்குறீங்களா" என்று அவர் கேட்க அதற்கு சிரித்த ரோஹித்,

"வணக்கம் யுவர் ஆனர்.. சிரிச்சதுக்கு மன்னிச்சுருங்க.. ஆனாலும் பாருங்க இவங்க சொல்றது வேடிக்கையா தான் இருக்கு.. நடந்த எல்லா கொலைக்கும் நான் காரணமா.. இதென்ன அபாண்டமான பொய்.. அதுவும் கற்பழிச்சு கொன்னுருக்கேன் னு சொல்றாங்க.. எனக்கு எதிரா ஏதாவது சாட்சி இருக்குதா.. இங்க இருக்குற எல்லாருக்குமே நல்ல தெரியும் அந்த கொலைகள் எல்லாமே தற்கொலை னு காவல்துறை நிரூபிச்சுருக்கு.. அப்படி இருக்குற பட்சத்துல சாட்சியே இல்லாம நான் காரணம் னு சொல்றது சமூகத்துல எனக்கு இருக்குற நல்ல பெயரை இவங்க கெடுக்குறதுக்காக போடுற வீண் பழி னு தான் நான் சொல்லுவேன்.. அதுமட்டும்மில்லாம இங்க எல்லாருக்கும் முன்னாடியும் ஒன்னு சொல்லிடுறேன்.. நாளபின்னா என்னை ஆள் வச்சு கடத்தி அடிச்சு மிரட்டி என் வாயாலேயே நான் தான் இதெல்லாத்துக்கும் காரணம் உ செய்யாத தப்புக்கு என்னை ஒத்துக்க வைக்க கூட வாய்ப்பு இருக்கு யுவர் ஆனர்.. அப்படி என்னை அடிச்சு வாங்குற பொய்யன் கூற்றை இந்த கோர்ட் உண்மைன்னு நம்பிரவும் வேணாம்.. அதனால எனக்கு போலீஸ் பாதுகாப்பு வேணும்" என்று தந்திரமாக தன் காயை நகர்த்தினான் ரோஹித்.

இதனை கேட்டு கொந்தளித்த கர்ணன், "அவன் பொய் சொல்றான் யுவர் ஆனர்" என்று கத்த நீதிபதியோ,

"எதுவா இருந்தாலும் விசாரணைக் கூண்டுக்குள்ள வந்து சொல்லுங்க மிஸ்டர் கர்ணன்" என்று ஆணையிட அவனும் ரோஹித்தை முறைத்தபடி வந்து நின்றான்.

"யுவர் ஆனர்.. நான் அடிச்சு சொல்லுவேன் அந்த பொண்ணுங்க எல்லாம் இவனால தான் கற்பழிக்கப்பட்டு கொலை பண்ணப்பட்ருக்-காங்க.. எல்லாருடைய போஸ்ட்மாட்டம் ரிப்போர்ட்டையும் இவன் அவங்க அப்பா மினிஸ்டர் ஓட செல்வாக்குல மாத்தி தற்கொலைலனு ஜோடிச்சுருக்காங்க.. மணிகர்ணிகாவோட வீடியோ பார்த்தனால அவளோட சாவை தற்கொலை னு சொல்லாம இன்னும் அவளை கற்பழிச்சு கொன்னவன தேடிட்டு இருக்குற மாதிரி இருக்கு.. ஆனா முழுசா மூணு வர்ஷம் ஆயிருச்சு இன்னும் உங்களால குற்றவாளிய கண்டுபி-டிக்க முடியாம இருக்கீங்க.. காரணம் குற்றவாளி எதிரிலேயே நிக்கு-றான்.. அந்த பொண்ணு ரோஹித்துனு இவன் பேரை சொல்லி கூட உங்களால அந்த சாட்சியை ஏத்துக்க முடியல.. ஏன் ஏன் ஏன்" என்று கண்களில் கோபக்கனல் கக்க கர்ணன் கூற ரோஹித் தரப்பு வக்கீலோ,

"சரிங்க மிஸ்டர் கர்ணன்.. ஆனா இந்த நீதி மன்றம் உங்க வாய் வார்த்தைய எல்லாம் நம்பாது.. நீதிமன்றத்துக்கு தேவை சாட்சி தான்.. ஏற்கனவே நீங்க ஒப்படைச்ச அந்த மணிகர்ணிகாவோட வீடியோ செல்-லுபடியாகாது ஏன்னா அதுல கற்பழிச்சவன் முகம் தெளிவா தெரியவே இல்ல.. அந்த பெண் மினிஸ்டர் பையன் ரோஹித் என்ற குறிப்பிட்-டிருந்தாலும் அதனை ஏற்று கொள்ள முடியாது.. என்ன இந்த நாட்-டில் ரோஹித் என்ற பெயரில் வேறு யாருமே இல்லையா.. வேறு ஒரு மினிஸ்டரின் பையனுக்கு ரோஹித் என்ற பெயர் இருக்க கூடாதா.. அந்த பெண் ஒருவேளை மினிஸ்டரின் பெயரோடு சேர்த்து கூறியி-ருந்தால் நீணங்களும் கூறும் பொய் நம்பத்தகுந்ததாக இருக்கும் என்று நினைக்கிறன்.. எனவே அது ரோஹித் தான் என்று கண்மூடித்தன-மான நம்பி தப்பு செய்யாத ரோஹித்க்கு தண்டனை கொடுக்க சொல்-றீங்களா.. வேற ஏதாவது நம்புற மாதிரி சாட்சி கொண்டுவாங்க" என்று கூற அதனை எல்லாம் கெட்டவனின் நரம்புகள் புடைக்க ஆரம்பித்தன.

"சாட்சி.. சாட்சி.. சாட்சி.. அந்த சாட்சியைதான் ஒண்ணுமில்லாம ஆக்கிட்டானே அவன்.. இவன் பண்ற அயோக்யத்தனத்துக்கு எல்லாரும் பயந்து இவனுக்கு எதிரா வரவே யோசிக்குறாங்க.. பாதிக்கப்பட்ட பொண்ணு யாருமே உயிரோட இல்ல ங்குற தெனாவெட்டுல தான அவன் இப்படி நிக்குறான்.. அவன் தெனாவெட்டாய் அடக்க தான் இந்த விசாரணைக்குள்ளவே வந்தேன்.. என்ன சொன்னிங்க.. மினிஸ்டர் பெயரோட சேர்த்து அந்த பொண்ணு சொல்லிருக்கணுமா.. உங்களுக்கு

எல்லாம் மனசாட்சியே இல்லையா.. அந்த பொண்ணோட இடத்துல உங்க பொண்ணு இருந்தாலும் இப்படிதான் கேப்பிங்களா.." என்று கேட்க வக்கீலோ தலைகுனிந்தார். மேலும் தொடர்ந்தவன்,

"இப்போ என்ன சாட்சி வேணும் அப்படித்தான்.. சாட்சி இருக்கு.. அதுவும் அவனால பாதிக்கப்பட்ட பொண்ணே வந்து சொன்னா அப்போ நம்புவீங்க தான.. அப்போவாச்சு இந்த அயோக்கியனுக்கு தண்டனைக் கொடுத்து பாதிக்க பட்ட எல்லா பொண்ணுங்களுக்கும் நீதி கொடுப்பீங்க தான" என்று உணர்ச்சிவசமாய் பேசியவனுக்கு கண்கள் கலங்கியது. ஏனோ பாதிக்கப்பட்ட பெண்ணே வந்து வாதாடியிருந்தால் எவ்வளவு அழுத்தம், வலி இருந்திருக்குமோ அது அப்படியே இவனது குரலில் பிரதிபலித்தது.

கர்ணன் கூறிய கூற்றில் ரோஹித்தும் அவனின் தந்தையான மினிஸ்-டரும் ஒரு கணம் ஆடி போய்விட்டனர். நீதிமன்றம் முழுவதும் அவனை அதிர்ச்சியாக பார்க்க நீதிபதியோ,

"என்ன சொல்றீங்க மிஸ்டர் கர்ணன்.. அப்போ பாதிக்கப்பட்ட பொண்ணு சாட்சியா வந்துருக்காங்களா.. கூப்பிடுங்க.. யார் அந்த சாட்சி" என்று கேட்க அவனோ ரோஹித்தை கனல் கக்கும் பார்வையில் பார்த்தவன்,

"மணிகர்ணிகா" என்றான் நீதிமன்றமே அதிரும்படி.

பிறகு நீதிபதியோ,

"சரி நீங்க போய் உட்காரலாம்.." என்று நீதிபதி கூற கர்ணனும் சென்று அமர்ந்தான். அடுத்து மணிகர்ணிகாவை விசாரிக்கும்படி நீதிபதி ஆணையிட தவாலி, "மணிகர்ணிகா மணிகர்ணிகா மணிகர்ணிகா" என்று மூன்று முறை அழைக்க அறை முழுவதும் நிசப்தம். ரோஹித் கண்களில் பீதியுடன் மணிகர்ணிகா எங்கே என்று கண்களை சுழலவிட அனைவரது பார்வையும் வாசலை நோக்கி இருக்க கர்ணனோ தன் கைப்பையில் இருந்த ஒரு துப்பட்டாவை எடுத்து தன் சட்டை மேல் போர்த்தியபடி வந்து மீண்டும் கூண்டுக்குள் வந்து நின்றான். அது மணி-கர்ணிகாவை ரோஹித் கற்பழிக்கும் பொழுது அவள் அணிந்திருந்த துப்-பட்டா. அனைவரும் குழப்பமாக கர்ணனை நோக்க ரோஹித் தரப்பு வக்கீலோ,

"என்ன இது.. மணிகர்ணிகா எங்க.. அவங்களை வர சொன்ன நீங்க துப்பட்டா போர்த்திட்டு வந்து நிக்குறீங்க.. எங்களை எல்லாம் முட்டாள்

னு நெனைக்குறீங்களா மிஸ்டர் கர்ணன்" என்று சிரித்தபடி கேட்க கர்-
ணனோ,

"மிஸ்டர் கர்ணன் இல்ல... நான் மிஸ் மணிகர்ணிகா" என்றான் தலையை நிமிர்த்தி. அறையில் சலசலப்பு ஏற்பட்டது. அனைவர்க்கும் குழப்பமே.

"என்ன மிஸ்டர் கர்ணன் விளையாடுறீங்களா.. என்ன மணிகர்ணி-காவோட ஆவி உங்க உடம்புக்குள்ள பூந்துருச்சு னு சொல்ல போறீங்-களா" என்று கேட்டு சிரித்த வக்கீல்,

"யுவர் ஆனர்.. இவர் கேஸை திசை திருப்ப முயற்சிக்கிறார்.. நம்-பத்தகுந்த வகையில் இல்லை இவர் கூறும் கூற்று" என்று வக்கீல் பேசிக்கொண்டே போக அவரை இடைமறித்த கர்ணன்,

"ஹெலோ ஒரு நிமிஷம்.. நான் உங்க கிட்ட சொன்னேனா மணிகர்-ணிகாவோட ஆவி என் உடம்புல பூந்துருச்சுனு.. செத்தா தான ஆவியா ஆகுறதுக்கு.. நான் தான் உயிரோட இருக்கேனே.." என்று கூற மேலும் மேலும் குழப்பம் மட்டுமே. ரோஹித் தான் பீதியிலும் குழப்பத்திலும் புரி-யாமல் கர்ணனை நோக்க ஏனோ அவனின் கண்கள் மணிகர்ணிகாவின் கண்களை ரோஹித்திற்கு நினைவு படுத்தியது. பொறுமையிழந்த நீதிப-தியோ,

"மிஸ்டர் கர்ணன் நீங்க சொல்ல வர விஷயத்தை தெளிவா சொல்-லுங்க" என்று கூற அவனோ,

"சொல்றேன் யுவர் ஆனர்.. ஆனா அதுக்கு முன்னாடி நீங்க சில ரிபோர்ட்ஸை பார்க்கும்படி தாழ்மையுடன் கேட்டுக்கொள்கிறேன்" என்று கேட்க அவரும், "ப்ரொசீட்" என்கிறார். கர்ணனோ, "சத்யா" என்ற-ழைக்க வாசலில் இருந்து கையில் சில கோப்புகளுடன் உள்ளே நுழைந்-தான் மணிகர்ணிகாவின் நண்பன் சத்யன். கோப்புகளை நீதிபதியிடம் ஒப்படைக்க அதனை வாங்கி பார்த்தவரின் கண்கள் ஆச்சர்யத்தில் விரிந்தன. அதிர்ச்சியாக அவர் கர்ணனை எதிர்நோக்கினார்.

"எஸ் யுவர் ஆனர். நான் தான் மணிகர்ணிகா.. இவனை எப்படி-யாவது பழிவாங்கணும் இவனால பாதிக்கப்பட்ட என் தங்கச்சி தேவிகா-வோட சேர்த்து மத்த பொண்ணுங்களுக்கு நீதி கிடைக்கணும் னு தான் இந்த கர்ணன் அவதாரம் எடுத்தேன்" என்று கூறிய கர்ணன் நடந்த உண்மையை கூற ஆரம்பித்தான்.

அன்று மணிகர்ணிகாவை கற்பழித்த சம்பவத்திற்கு பிறகு சத்யன் அவளை காப்பாற்றி வேறு மாநிலத்திற்கு கூட்டி சென்றவன் அவளை மருத்துவமனையில் சேர்த்து பரிசோதித்து அவள் கையில் இருந்த காயத்திற்கு வரும் வழியிலேயே மருந்திட்டவன் இப்பொழுது அவளை தேற்றுவதற்கு என்ன செய்யலாம் என்று சிந்திக்கலானான். மயக்கத்தில் இருந்து விழித்தவள் கதறி அழுதாள். தனக்கு நடந்து கொடுமை கண்-முன்னே வந்து போக மீண்டும் தற்கொலைக்கு முயன்றாள். சரியான நேரத்தில் சத்யன் வந்து அவளை காப்பாற்றினான்.

"மனு நீ என்ன பண்ற" என்று கோபமாக அவன் கேட்க,

"என்னை விடு சத்யா.. இனிமே நான் உயிரோட இருந்து என்ன சாதிக்க போறேன்.." என்று அழுதவள் இதுவரை நடந்த அனைத்தையும் சத்யனிடம் கூறி அழுதாள்.

"இங்க பாரு மனு.. தப்பு செஞ்ச அவனே தைரியமா சுத்துறான்.. நீ ஏன் சாகணும்.. உன் தங்கச்சிக்கு கொடுமை நடந்த அப்போ உன்-கிட்ட இருந்த தைர்யம் உனக்கு நடந்தப்போ இன்னும் கூடணுமே தவிர குறைய கூடாது. அவனை எப்படி பழிவாங்கலாம் னு மட்டும் தான் நாம யோசிக்கணும். உனக்கு எப்போவுமே துணையா நான் இருப்பேன்" என்று அவளுக்கு தைரியம் கூற அவளுள் புது தெம்பு பிறந்தது. கண்-களை மூடி திறந்தவள் தன் செயின் டாலரில் இருந்த மெமரிக்கார்டை எடுத்து சத்யனிடம் நீட்டினாள்.

அதனைக் குழப்பமாக பார்த்தவன் அதை தன் மடிக்கணினியில் பொருத்தி பார்க்க தன் தோழி அனுபவித்த கொடுமையைக் காண சகிக்-காதவன் கண்களை மூடி கொண்டான்.

"மனு" என்றவன் கண்கள் கலங்க அவளைப் பார்க்க அவளோ,

"இந்த வீடியோவ இண்டர்நெட்ல வைரலாக்கு சத்யா.. அவனை நான் பழிவாங்கியே ஆகணும்" என்று தீர்க்கமாக கூற அவனோ,

"மனு இதனால உனக்கு.." என்று கூற வந்தவனை தடுத்தவள்,

"நான் யோசிச்சு தான் இதை பண்றேன் சத்யா.. அதான் மணிகர்-ணிகா உயிரோட இல்லையே அவன் தான் நான் செத்துட்டா எல்லா-ரையும் நம்ப வச்சுட்டானே.. இனிமே என் மானம் இருந்தா என்ன இல்-லாட்டி என்ன.. இது மூலமாவாச்சும் அவனுக்கு தண்டனை கிடைச்சா எனக்கு அதுவே போதும்" என்க சத்யன் ஸ்தம்பித்து நின்றான் அவள்

முடிவில். மனுவோ தானே அவனது மடிக்கணினியை வாங்கி இன்-டர்நெட்டில் தனது வீடியோவை பதிவு செய்தாள். ஆனால் அதற்கும் பலனில்லை என்று தெரிய மேலும் உடைந்தாள் மணிகர்ணிகா. பிறகு சத்யனோ,

"இங்க பாரு மனு.. விஷயம் தெரிஞ்சு உன்னை அந்த மினிஸ்டர் ஆளுங்க தேடிட்டு இருக்காங்க.. இதுக்கு மேல இங்க இருந்தா உனக்கு பாதுகாப்பு இல்ல.. நீ உயிரோட இருந்தா தான் உன்னோட இலட்சி-யத்தை அடைய முடியும்.. கொஞ்ச நாள் போட்டும் அவன் எதிர்பார்க்-காத சமயத்துல அவனை பழிவாங்குவோம்.. இப்போ நீ என்கூட ஃபா-ரின் கிளம்பு.. நான் அன்னைக்கே உனக்கு விசா பாஸ்போர்ட் எல்லாம் எடுத்துட்டேன்.." என்று கூற அவளும் அவன் கூற்றை ஒப்புக்கொண்-டாள்.

ஒரு மாதம் கழிந்திருந்த நிலையில் தன் தோழியை கவனித்துக்-கொண்டும் தன் மருத்துவ வேலையையும் செய்து வந்தான். மனுவோ எப்பொழுதும் சிந்தனையில் அறையிலேயே அடைந்திருப்பாள். அப்-பொழுது அவளின் சிந்தனைக்கு ஒரு விஷயம் தோன்றியது. சத்யனின் அறைக்கு சென்றாள் மனு.

"என்னாச்சு மனு.. எதுவும் வேணுமா" என்று அக்கறையாக அவன் கேட்க மனுவோ,

"சத்யா உங்கிட்ட ஒரு விஷயம் கேக்கணும்.."

"சொல்லு மனு.. என்ன விஷயம்" என்றான் சத்யன்.

"இன்டர்நெட் ல ஒரு விஷயம் படிச்சேன்.. ஒரு பெண் உடலளவு-லயும் மனசளவுலயும் தான் ஒரு ஆணா மாறனும் னு ஆசைப்பட்டா அதை பண்ண முடியுமாமே அப்படியா" என்று தன் சந்தேகத்தை கேட்க அவனும்,

"எஸ் மனு.. ஏன் முடியாது.. தாராளமா முடியும்.. இப்போ அதுக்-காக நெறய வசதிகள் வந்துருக்கு" என்று அவளின் சந்தேகத்திற்கு பதி-லளித்தான்.

"அப்படியா.. எப்படி.." என்று குழந்தையாக அவள் கேள்வி கேட்க சிறு சிரிப்புடன் அவளை அமர வைத்தவன் தனது மடிக்கணினியில் சில வீடியோ காண்பித்து கூற ஆரம்பித்தான்.

"இங்க பாரு மனு.. ஒரு ஆணுக்கு அதிகமா இருக்குற ஹார்மோன் டெஸ்டோஸ்டெரோன் (testosterone) அப்டிங்குற ஒரு ஹார்மோன்

தான். பெண்களுக்கும் இந்த ஹார்மோன் உண்டு.. ஆனா ஆணுக்கு அதிக அளவுல இருக்கும்.. அந்த ஹார்மோன இன்ஜெக்ஷன் மூலமா ஒரு பத்து வாரங்களுக்கு எடுத்து வந்தா போதும் அவங்களோட தோற்றம் ஆணுக்கு நிகரா மாறிடும். அதாவது தடிமன்னான தோல், முகத்துலயும் உடம்புலயும் முடி, குரலில் கனத்த தன்மை, தசைகள் இறுகி பலமாக ஆகுறது இப்படி ஒரு ஆணுக்குள் நிகழுற மாற்றங்கள் எல்லாம் வெகு விரைவிலேயே தெரிய வரும்.. சில பேர் முழுசா ஆணா மாறுறதுக்கு அவங்களை மார்பகத்தை கூட ஆபரேஷன் மூலமா நீக்கிருவாங்க.. அந்த ஆப்பரேஷன் பெயர் மாசக்டமி (Mastectomy)..

இன்னும் ஆழமா சொல்லணும்னா சில பேர் அவங்களோட கர்ப்பப்பையை நீக்கி (Hysterectomy) வேற ஒருத்தவங்களுக்கு தானம் பண்ணிட்டு தன்னோட பிறப்புறுப்பை நீக்கி (Vaginectomy) ஆண்களுக்கு இருக்குற உள்ளுடலமைப்பு போலவே செஞ்சுப்பாங்க (Phalloplasty).. இப்போ இருக்குற டெக்னாலஜி அந்த அளவுக்கு வளர்ந்துருக்கு.. பெண்களுக்கு மட்டுமில்ல இதே மாதிரி ஆண்களும் பெண்களா மாறனும் ஆசைப்பட்டா அவங்களுக்கும் இதே மாதிரி பெண்களுக்கான ஹார்மோன் இன்ஜெக்ஷன் கொடுத்து மார்பகங்களை வளர வச்சு அவங்க ஆணுறுப்பை நீக்கி (penectomy) கர்ப்பை (Uteroplasty) மற்றும் பெண்ணுறுப்பை (vaginoplasty) கூட பொருத்திக்கலாம்"என்று தன் பெரிய உரையை தன் தோழிக்கு புரியும்படி கூறி முடித்தான். அவன் கூற்றை விழிவிரித்து ஆச்சர்யமாக கேட்டாள்.

"இவ்ளோ விஷயம் இருக்கா" என்று ஆச்சரியமாக அவள் கேட்க அவனோ,

"ஆமா.. அதுசரி.. திடிர்னு உனக்கு எதுக்கு இந்த சந்தேகம்" என்று கேட்டு அவள் முகம் நோக்க அவளோ,

"ஒன்னுமில்ல சும்மா தான்" என்று கூறியவள் தன் அறைக்கு செல்ல நான்கு அடிகள் எடுத்து வைக்க அவளின் கால்கள் அதே இடத்தில நின்றன. அவளின் முகத்தில் இருந்த குழப்பமும் அவள் கேட்ட சந்தேகமும் இப்பொழுது அவள் செல்லாமல் நிற்பதும் சத்யனின் மனதில் பிரளயத்தை உண்டு செய்தது. ஏதோ அவள் வில்லங்கமாக கூற போகிறாள் என்று மனது அறிவுறுத்த அவளையே பார்த்தான். அவன் நினைத்தது போலவே அவளும்,

"சத்யா" என்று அழைத்தவாறு அவன் முகம் நோக்க அவனுக்கு நெஞ்சு குளிர்ந்தது. தன் படபடப்பை தனக்கும் அடக்கியவன்,

"என்ன மனு" என்று கேட்க,

"நான் ஆணா மாறனும் னு ஆசைப்படுறேன்" என்று கூறி சத்யனின் தலையில் இடியை இறக்கினாள்.

என்ன தான் மருத்துவராக இருந்த போதிலும் தன் தோழியின் இந்த கூற்றினை அவனால் ஏற்று கொள்ள முடியவில்லை. அதற்காக உடம்பை எவ்வளவு வருத்தி கொள்ள வேண்டும் என்று மருத்துவனாக சத்யனுக்கு தெரியாதா. சில நேரம் உயிர் போகும் அபாயம் கூட இருக்-கும்.

"மனு.. என்ன விளையாடுறியா.. இது ஒன்னும் சின்ன விஷயம் இல்ல.. உன் உடம்ப ரொம்ப வருத்திக்கணும்.. அதெயெல்லாம் தங்குற சக்தி நம்மகிட்ட இல்லனா நம்ம உயிருக்கே ஆபத்து.. ஏற்கனவே நீ ரொம்ப வீக்கா இருக்க.. இதுல இதெல்லாம் ரிஸ்க் மனு.. நானும் நீ ஏதோ விளையாட்டா இதை பத்தி கேக்குற னு நெனச்சு எல்லாம் பாஸிட்டிவா மட்டும் சொன்னேன்.. நான் சொன்ன எல்லாமே பாசிபிள் தான்.. ஆனா இதுல இருக்குற நெகட்டிவ் சைட உனக்கு நான் சொல்-லவே இல்ல.. இது சரி பட்டு வராது மனு.. இந்த எண்ணத்தை இதோட மறந்துரு" என்று அவன் கூற அவளோ,

"சரி சத்யா.. அப்போ என்னை ஏதாச்சும் விஷ ஊசி போட்டு கருணை கொலை செஞ்சுரு.." என்று சாதாரணமாக கூற சத்யன் அதிர்ந்து நோக்கினான் தன் தோழியை.

"அந்த ரோஹித்த பழிவாங்க அவனுக்கு தண்டனை வாங்கி கொடுக்க எனக்கு இதை விட்டா எனக்கு வேற வழி தெரியல.." என்று அவள் கூற,

"நீ ஆணா மாறுனா மட்டும் என்ன செய்ய முடியும் னு நெனைக்குற மனு"

"என்னோட அடையாளத்தை மாத்தி மறுபடியும் அந்த ஊருக்கு போய் மணிகர்ணிகாவோட சேர்ந்து செத்துப்போன மத்த பொண்ணுங்-களோட கேசையும் ஒரு சிஜடி ஆபீஸரா ரிரன் பண்ணப்போறேன்.. சிஜடி ஆபீசராகா என்னென்ன படிக்கணுமோ அதெல்லாம் நான் முழுசா ஆணா மாறுறதுக்கு எடுத்துக்கூற அந்த நேரத்தில படிச்சு முடிச்சு எக்-ஸாம் எழுதி பாஸ் பண்ணிருவேன்.. அந்த ரோஹித்தை குற்றவாளி

கூண்டுல ஏத்தி அவனுக்கு தண்டனை வாங்கி கொடுத்தே தீருவேன்" என்று கனல் கக்க கூறியவள் ஆவேசத்தில் சற்று ஆடித்தான் போனான் சத்யன். இந்த அளவிற்கு அவள் சிந்தித்திருப்பாள் என்று அவனும் நினைக்கவில்லை. எவ்வளவு கூறியும் அவள் தன் முடிவை மாற்றிக்-கொள்ள தயாராக இல்லாததால் வேறு வழியின்றி சம்மதித்தான் சத்யன்.

"அப்போ கண்டிப்பா மாத்திக்க தான் போறியா உன்னோட மணி-கர்ணிகாங்குற அடையாளத்தை" என்று சத்யன் கடைசியாக கேட்க அவளோ,

"இனிமே எனக்கு உதவாத கர்ப்பப்பை வேற யாருக்காவது தேவை படும்.. அண்ட் மிஸ்டர் சத்யன்.. ஃபார் யுவர் கைன்ட் இன்பர்மேஷன்.. நான் எப்போ இந்த முடிவை எடுத்தேனோ அப்போவே என்னோட மிஸ் மணிகர்ணிகாங்குற அடையாளத்தை மறந்து மிஸ்டர் கர்ணனா வாழ ஆரம்பிச்சுட்டேன்" என்று தீர்க்கமாக கூற அவளின் கூற்று உணர்த்தி-யது அவளது உறுதியை.

அதன்பின் சத்யனின் உதவியோடு தான் ஒரு முழு ஆணாகவும் சிஐடி ஆஃபீஸராகவும் தான் இதுவரை படித்திருந்த சான்றிதழ்களை கர்-ணன் என்ற பெயரில் மாற்றவும் இந்திய விதியின்படி பாலின மாற்று சான்றிதழ் பெற்று முழு கர்ணன் அவதாரம் எடுக்க முழுதாக மூன்று வருடங்கள் ஆகின. இதனையெல்லாம் மிகவும் ரகசியமாக செய்ய மணிகர்ணிகாவிற்கு.. இல்லை.. இல்லை.. கர்ணனுக்கு உதவியது அவனின் தோழன் சத்யன் மட்டுமே. தோழியாக இருந்த மணிகர்ணிகா இப்பொழுது தோழன் கர்ணனாக மாறிவிட்டான். சத்யனின் பெற்றோர்-களுக்கு கூட எந்த விஷயமும் தெரியாது. அவர்களும் மற்றவர்களை போல் மணிகர்ணிகா இறந்துவிட்டாள் என்று தான் நினைத்திருந்தனர். அவளுக்கு அறுவை சிகிச்சை மேற்கொண்ட மருத்துவர்கள், சத்யன் மற்றும் கர்ணன் தவிர்த்து ஒருவருக்கும் இந்த விஷயம் தெரியாது.

இவ்வாறாக இத்தனை நாள் ரகசியமாக இருந்த உண்மை இன்று கர்ணன் வாயிலாகவே நீதிமன்றத்தில் வெளிக்கொணரப்பட்டது.

☙

கர்ணனாகிய மணிகர்ணிகா நடந்த உண்மையை கூறிமுடிக்க நீதி-மன்றமே பெரும் நிசப்தத்திற்குள்ளாகியது. ஒரு பெண்ணிற்குள் இவ்வளவு தைரியமும் பலமுமா என்று எண்ணி வியந்தனர். ஆணை விட பெண்-

ணுக்கு மன தைரியமும் சகிப்புத்தன்மையும் அதிகம் என்பதை நிரூபித்து காட்டிவிட்டாள் மணிகர்ணிகா கர்ணனாக உருமாறி.

"அவனால பாதிக்கப்பட்ட நான் இப்போ முழுசா உயிரோட சாட்சியா நிக்குறேன்.. என்னோட உடல் தான் மாறியிருக்கே தவிர இவனால பாதிக்கப்பட்ட என்னோட உணர்வுகள் இன்னும் அப்படியே தான் இருக்கு.. என்னோட உணர்வுகளுக்கும் என்னை மாதிரியே பாதிக்கப்பட்ட என்னோட தங்கச்சி மற்றும் மத்த பொண்ணுங்களோட உணர்வுகளுக்கும் நீதி கிடைக்கணும்னா இந்த ஆதாரம் போதும் தான யுவர் ஆனர்" என்று கண்கள் கலங்க கேட்டான் கர்ணன். அனைத்தையும் கேட்ட நீதிபதி,

"மணிகர்ணிகா தரப்பு ஆதாரங்கள் எல்லாம் மிகவும் தெள்ள தெளிவாக இருப்பதால் ரோஹித் செய்த மாபெரும் தவறுக்கு தண்டனையாக அவருக்கு மரண தண்டனை அளிக்கும்படி இந்த நீதி மன்றம் உத்தரவிடுகிறது." என்று நீதிபதி கூறி முடிக்கும் தருணத்தில் இரண்டு குண்டுகள் ரோஹித்தின் ஆணுறுப்பிலும் இதயத்திலும் பாய்ந்தது. கண்ணிமைக்கும் கணங்களில் நடந்தேறிய நிகழ்வைக் கணிக்கவே அனைவர்க்கும் நிமிடங்கள் ஆகின.

அருகில் நின்ற காவலர் ஒருவனின் மடியில் இருந்த துப்பாக்கியை கண்ணிமைக்கும் கணங்களில் கையிலெடுத்த கர்ணன் சுட்டுத்தள்ளினான் ரோஹித்தை. மரண வழியில் துடிதுடித்தபடி அவ்விடத்திலேயே அனைவரது முன்னிலையிலும் ரோஹித்தின் உயிர் பிரிந்தது. அவன் உடலைத் தூக்கிக்கொண்டு சில காவலர்களுடன் மினிஸ்டர் கதறியபடி வெளியியேறினார். அதனைக் கண்டு ஆத்திரமடைந்த நீதிபதியோ,

"மிஸ்டர் கர்ணன்.. அவருக்கு மரண தண்டனைக் கொடுக்குறதுக்கு தான் ஆர்டர் போட்டேன்.. அதுக்குள்ள உங்களுக்கு யாரு சட்டத்தைக் கைல எடுக்க உரிமைக் கொடுத்தது." என்று கேட்க,

"என்ன யுவர் ஆனர்.. யார் உரிமை கொடுத்ததா.." என்று விரக்தி சிரிப்பை உதிர்த்தவன், "நியாயப்படி பார்த்தா பாதிக்கப்பட்ட எனக்கு மட்டும் தான் அந்த உரிமை இருக்கணும்.. எனக்கு மட்டுமில்ல நாட்டுல இன்னும் இதே மாதிரி கற்பழிப்புக்கு ஆளாகுற பெண்களுக்கு எல்லார்க்கும் அந்த உரிமை இருக்கணும்.. மத்த நாடுகள்ல இதே தப்புக்கு எவ்வளவு பெரிய கொடூரமான தண்டனை கொடுக்குறாங்க னு உங்களுக்கு நல்லாவே தெரியும்.. ஆனா இன்னும் நம்ம நாட்டுல அந்த

தண்டனை இல்ல.. அதனால தான் தப்பு பண்ணவங்க அவங்க இஷ்-
டத்துக்கு தலையை நிமிர்த்தி சுத்திட்டு இருகாங்க.. பாதிக்கப்பட்டவங்க
தலை குனிஞ்சு சுத்திட்டு இருக்காங்க.. ஒரு தப்பு நடந்துச்சுனா அதுக்கு
தண்டனை கொடுக்க எத்தனையோ வருஷமாகுது.. நீங்க தண்டனைக்
கொடுக்குறதுக்குள்ள தப்பு செஞ்சவன் அடுத்த தப்பையே செஞ்சு முடிச்-
சுருப்பான்..

சரி சட்டத்தைக் கைல எடுக்க எனக்கென்ன உரிமை இருக்கு னு
கேட்டிங்களே.. அரசியல்வாதிங்க, சமூகத்துல பெரிய பதவியில் இருக்கு-
றவங்க, பணக்காரங்க இவங்களுக்கெல்லாம் சட்டத்துல இருக்க ஓட்டை
வழியா தப்பிக்க மட்டும் யார் உரிமை கொடுத்தது.. இந்த கேள்விக்கான
பதில் தான் நீங்க கேட்ட கேள்விக்கான பதிலும்..

நம்ம நாடு வல்லரசு ஆகாம இருக்குறதுக்கு இதுவும் ஒரு காரணம்.
செஞ்ச தப்புக்கு தண்டனை எப்போ கடினமாகுதோ அப்போ தான் குற்-
றம் குறையும்.. இது மாறலனா இன்னும் எத்தனை ஜென்மம் ஆனா-
லும் நம்ம நாடு வல்லரசு ஆகாது.. ஒரு கொலை செஞ்சது என்னோட
தப்பு தான்.. அதுக்காக என்ன தண்டனை கொடுத்தாலும் நான் ஏத்-
துக்க தயாரா இருக்கேன். எனக்கு நீதி கிடைச்சுதுங்குற திருப்தி எனக்கு
போதும்" என்று கூறி நிமிர்ந்து நின்றான் கர்ணன்.

அறை முழுதும் பலத்த கரகோஷம் எழும்பியது. நீதிபதியோ,
"ரோஹித் கொலை வழக்கிற்கான தீர்ப்பு இரண்டு நாட்கள் ஒத்தி-
வைக்கப்படுகின்றன. கோர்ட் டிஸ்மிஸ்ட்" என்று கூற அவை கலைய
கர்ணன் காவலர்களுடன் சிறைச்சாலை அழைத்து செல்லப்பட்டான்.

இரண்டு நாட்கள் கழித்து, "கர்ணன் ஆகிய மாணிக்கர்ணிக்கா
ரோஹித்தைச் சுட்டு கொன்றது தவறாக இருப்பினும் அவன் மற்ற
பெண்களுக்கும் மணிகர்ணிகாவிற்கும் இழைத்த அநீதி அதை விட
பெரிதாக இருக்கும் காரணத்தினால் ரோஹித் கர்ணன் எனும் மணிகர்-
ணிகாவின் கையால் சுட்டுக்கொல்லப்பட்டது சரி தான் என்றும் ஆமோ-
தித்து பாதிக்கப்பட்ட பெண்களுக்கு நீதி கிடைத்துவிட்ட திருப்தியில் கர்-
ணனை கோர்ட் விடுதலை செய்கிறது." என்று தீர்ப்பு வர நினைத்ததை
அடைந்த மகிழ்ச்சியில் தன் நண்பன் சத்யனை கட்டிக்கொண்டான் கர்-
ணன்.

"நீ இல்லனா இதை என்னால செஞ்சுருக்க முடியாது சத்யா.."
என்று கண்கள் கலங்க கூற சத்யனோ,

"அட என்ன மச்சான் நீ.. பிரண்ட்ஸ்க்குள்ள யாராவது தேங்க்ஸ் சொல்லுவாங்களா" என்று கூற அவனின் மச்சான் என்ற அழைப்பில் பல வருடங்கள் கழித்து வாய்விட்டு சிரித்தான் கர்ணன்.

நாடு முழுவதும் பல இடங்களில் மணிகர்ணிகாவின் இந்த சாதனை பேசப்பட்டு வர மீடியாக்காரர்கள் சூழ்ந்தனர் அவனை. ஒவ்வொரு கேள்வியாக அவர்கள் கேட்க அவனும் பொறுமையாக பதிலளித்தான். கடைசியில் பெண்ணொருத்தி ஒரு கேள்வி கேட்டாள்.

"உங்க அடையாளத்தை மாத்தணும் னு நெனச்சுருந்தா நீங்க பிளாஸ்டிக் சர்ஜரி செஞ்சு உங்க முகத்தை மாற்றியிருக்கலாமே.. ஒரு ஆணாக மாறியதற்கு காரணம் என்ன" என்று கேட்க அவளைப் பார்த்து புன்முறுவல் சிந்தியவன், "வெரி ஸ்மார்ட்" என்று அவளை புகழ்ந்தவன் அவள் கேட்ட கேள்விக்கு பதில் கூற ஆரம்பித்தான்.

"பொதுவாவே எல்லா பெண்களுக்கும் ஒரு கட்டத்துல.. ச்ச நான் மட்டும் பையனா பிறந்துருந்தா எவ்ளோ நல்லா இருந்துருக்கும் அப்ப டிங்குற கேள்வி வந்துருக்கும்.. அப்படி தான.. இங்க இருக்குற யாரா வது அப்படிலாம் இல்ல இதுவரை நான் யோசிச்சதே இல்ல னு சொல்ல முடியுமா.." என்று கேட்க பெண்கள் அனைவரும் அமைதியாக அவனின் கூற்றை ஆமோதித்தனர்.

"எஸ்.. எல்லாருக்குமே தோணிருக்கும்.. ஏன்னா பெண்களுக்கான முழு அங்கீகாரம் இங்க எல்லா பெண்களுக்கும் கிடைக்குறது இல்ல.. என்ன தான் ஆணுக்கு பெண் சமம் னு கோஷம் போட்டாலும் நடை முறைல அதை யாரும் கொண்டுவர்ரதில்ல.. முக்கால்வாசி பெண்கள் ஆணாதிக்கத்துனால பாதிக்க படுறாங்க.. பெண்களுக்கு தர வேண்டிய அடிப்படை உரிமைகள் கூட சில இடத்துல மறுக்கப்படுது..

பெண் என்பவள் வரம்.. ஆனா இந்த மாதிரி சில கொடுமைகளால அந்த வரமே வேணாம் னு நெனைக்குற அளவுக்கு ஆயிடுது.. என் கிட்ட சொத்து இருந்துச்சு நான் இவ்ளோ செலவு பண்ணி ஆணா மாறிட்டேன்.. ஆனா மற்ற பெண்களின் நிலைமை..? ஒன்னு பெண் ணுக்கு சரியான பாதுகாப்பு கொடுங்க இல்லனா எந்த பெண்கள் எல் லாம் ஆணா மாற ஆசைப்படுறாங்களோ அவங்களோட ஆசைய நிறைவேத்தி அதோட செலவை அரசு ஏத்துக்கோங்க.. ஆனா நீங்க சரியான பாதுகாப்பு கொடுக்கலனா.. இங்க பெண் என்பவளே இல்லாம போயிருவா.. அதை நியாபகம் வச்சுக்கோங்க.. ஒரு பெண்ணுக்கு

ஆணின் துணை எவ்ளோக்குள்ள வேணுமோ அதே அளவுக்கு ஒரு ஆணுக்கும் ஒரு பெண்ணோட துணை அவசியம்..

பெண்களை மதிக்குற சில ஆண்கள் இருகாங்க.. அவங்களை தவிர்த்து நான் மற்றவர்களுக்கு சொல்றேன் இதை.. பெண் என்பவள் உங்கள் அடிமையோ, உங்கள் இச்சையை தீர்த்துக்கொள்ள துடிக்கும் காரணியோ, உங்கள் சந்ததியை வளர்க்க மட்டும் தேவைப்படும் பொருளோ அல்ல.. அவளும் ஓர் உயிர்.. அவளுக்கென்று உணரவு-களும் இருக்கின்றன. பெண்ணவளை பாதுகாப்பவன் எவனோ அவனே உண்மையான ஆண்..

அப்படிப்பட்ட ஒரு ஆணா மற்ற ஆண்களுக்கு நான் ஒரு எடுத்துக்-காட்டா இருக்கணும் னு நெனச்சேன்.. அதனால தான் ஒரு பொண்ணா இருந்த என்னை நான் ஆணா மாத்திக்கிட்டேன்.. இனிமே எந்த ஒரு பொண்ணும் நான் பையனா பிறந்திருந்தா நல்ல இருந்துருக்கும்ல னு நினைக்காத அளவுக்கு நடந்துக்கோங்க... இனிமேயாச்சும் நம்ம நாட்டுல பெண்களுக்கு எதிரா நடக்குற குற்றங்கள் குறையட்டும் னு ஆசைப்படு-றேன்.. நன்றி" என்று கூறியவன் தன் நண்பன் சத்யனுடன் வெற்றிநடை போட்டு சென்றான்.

இரண்டு வாரங்களுக்கு பிறகு,

கர்ணன் தொலைக்காட்சியில் செய்தி சேனல் ஒன்றைப் பார்த்து கொண்டிருக்க முக்கிய செய்திகள் என்று தொகுப்பாளர் வாசிக்க சத்-யனும் அவனுடன் அமர்ந்து செய்தியைக் கவனிக்கலானான்.

"புதிய சட்டம் அமலாக்கம்...

இந்திய அரசியலமைப்பு சட்டத்தில் முதல்முறையாக

புதிய அதிரடி சட்டம் ஒன்று அமல்படுத்தப்பட இருக்கிறது.

பெண்களுக்கு எதிராக நடக்கும் கற்பழிப்பு குற்றத்திற்கு

தக்க தண்டனை அளிக்கும் விதமாக பாதிக்கப்பட்ட

பெண் அல்லது அப்பெண்ணின் ரத்த சொந்தம் யாரேனும்

ஒருவர் கையாலேயே குற்றவாளி குற்றம் நிருபிக்கப்பட்ட

நாற்பத்தியெட்டு மணி நேரத்திற்குள் கொள்ளப்பட வேண்டும்

என்று சட்டம் இயற்றப்பட்டுள்ளது. கூடிய விரைவில்

உச்சநீதிமன்றம்

அதிகாரபூர்வமாக அமல்படுத்த இருக்கிறது"

என்று கூற அதனைக் கேள்விப்பட்டு மக்கள் அனைவர்க்கும் மகிழ்ச்சி.

சத்யனோ, "மச்சான் நீ ஜெயிச்சுட்ட.. உன்னோட முயற்சிக்கு அங்-கீகாரம் கிடைச்சுட்டு" என்று மகிழ்வாய் கட்டிக்கொள்ள,

"நீ என்ன ஜெயிக்க வச்சுட்ட மச்சான்" என்று தழுவிக்கொண்டான் தன் நண்பனை.

மணிகர்ணிகா என்பது ஜான்சியை ஆண்ட வீரமங்கையின் பெயர்.

கர்ணன் என்பவன் கொடைவள்ளல்.

நம் கதையில் வரும் மணிகர்ணிகா எனும் கர்ணன்,

ஜான்சிராணியின் வீரத்தை மனதில் சுமந்து

தனது கற்பையும் வாழ்க்கையையும் கொடையாக அளித்து

பெண்கள் பாதுகாப்பிற்கு போராடி இறுதியில்

தன் முயற்சியில் வெற்றியும் கண்டாள் ஆணவள்.

ஆணவம் அழித்தாள் ஆணவள்..!

இக்கதை பற்றிய தங்கள் பொன்னானக் கருத்துக்களை
sundharisezhili2020@gmail.com
எனும் மின்னஞ்சலில் தெரிவிக்கலாம்.
நன்றி..!